மார்ட்டீன் லூத்தரின்

சிறிய ஞானோபதேசம்
(சிறிய கத்தேகிஸ்மு)

ISBN 978-1-960840-05-9

Cover and interior design by Vijay Kumar

SouthAsiaLutheranMission.com

பொருளடக்கம்

கலாநிதி மார்ட்டின் லூத்தரின் முகவுரை

விசுவாசமும் தேவபக்தியுமுள்ள சபைப் போதகர்கள், பிரசங்கிமார்கள் அனைவருக்கும், ஆண்டவராகிய இயேசு கிறிஸ்துவுக்குள்ளாக கிருபையையும், கருணையையும், சமாதானத்தையும் மார்ட்டின் லூத்தர் தெரிவிக்கிறேன்.

அண்மையில் சபைகளைப் பார்வையிட நான் வந்தபோது துயரமிக்க,பரிதாபப்படத்தக்கநிலையைநான்கண்டேன்.இதன் நிமித்தமாக இந்த ஞானோபதேசத்தை அல்லது கிறிஸ்தவக் கோட்பாடுகளை சுருக்கமான சாதாரணமான எளிமையான வகையில் தயாரித்து வெளியாக்கும்படி நான் நிர்ப்பந்தித்து, நெருக்கப்பட்டேன். அன்பான சர்வவல்லமையுள்ள தேவனே எனக்கு துணையளிப்பீராக! நான் பார்த்தவைகள் எவ்வளவு பரிதாபமாக இருந்தன! சாதாரண மனிதன் குறிப்பாக கிராமங்களில் உள்ளவன், கிறிஸ்தவ சித்தாந்தங்கள் குறித்து பெரும்பாலும் அறியாமல் இருக்கிறான். அநேக போதகர்கள் கற்றுக்கொடுக்க முற்றிலும் தகுதியற்றவர்களும் இயலாதவர்களுமாய் இருக்கிறார்கள். இது கூறுவதற்கே வெட்கப்படும்படியானதாக இருக்கிறது. எனினும் அவர்கள் எல்லோரும் தங்களை கிறிஸ்தவர்கள் என்று கூறுகிறார்கள். ஞானஸ்நானம் பெற்றிருக்கிறார்கள். அவர்களுக்கு ஆண்டவருடைய ஜெபம், அப்போஸ்தல விசுவாசப்பிரமாணம் அல்லது பத்துக்கட்டளைகள் ஆகியவற்றின் அர்த்தங்களை அறியாதபோதிலும், அவற்றைக்கூற தெரியாதபோதிலும், பரிசுத்த திருவருட்சாதனத்தை நம்முடன் சேர்ந்து பெற்று மகிழ்கிறார்கள். சுருக்கமாக கூறின், அவர்கள் காட்டு விலங்குகளைப்போல வாழ்கிறார்கள். இப்போது சுவிசேஷம் வந்திருக்கிறது, கிறிஸ்தவ சுதந்திரத்தை துஷ்பிரயோகம் செய்வதில் கற்றுத் தேர்ந்திருக்கிறார்கள்.

ஓ பேராயர்களே! நீங்கள் உங்கள் பதவிகளுக்குரிய கடமைகளை ஒருகணமாகிலும் செய்யாமல், வெட்கப்படும்படியாக, மக்களை புறக்கணித்து, இங்கும் அங்கும் அலையவிட்டுள்ளீர்களே, கிறிஸ்துவுக்கு எப்படிப் பதில் கூறப்போகிறீர்கள்? தேவன் பராமரிக்கும்படி உங்களுக்கு ஒப்படைத்த உங்கள் கடமையை ஒருக்கணமும் நிறைவேற்றாது ஏனைய எல்லாவற்றையும் செய்கிறீர்கள். உங்களின் மீதே குற்றம் சுமத்த வேண்டும். கிறிஸ்தவ சமய சீரழிவு உங்களால் மாத்திரமே. எல்லா துர்பாக்கியங்களும் உங்களிடத்திலிருந்து ஓடட்டும்! எத்தீமையும் உங்களுக்கு நேரிடக்கூடாதென நம்புகிறேன். நீங்கள் திருவருட்சாதனத்தை ஒருவடிவில் மாத்திரம் செயற்படும்படி செய்கிறீர்கள். மனித பாரம்பரியங்களை கைக்கொள்ளும்படி வலியுறுத்துகிறீர்கள். ஆயினும், அதே சமயம், மக்கள் ஆண்டவருடைய ஜெபம், விசுவாசப்பிரமாணம், பத்துக்கட்டளைகள் அல்லது இறைவனின் வார்த்தையில் ஒரு பகுதியாவது அறிந்திருக்கிறார்களா என்பதைப் பற்றி அக்கறை கொள்ளாமல் இருக்கிறீர்களே, இது பக்தியற்ற மற்றும் ஆணவத்தன்மையின் உச்சக்கட்டமல்லவா? உங்களுக்கு என்றென்றும் ஐயோ, ஐயோ!

ஆகையினால் எனது அன்பார்ந்த ஐயன்மார்களே, சகோதரர்களே, கடவுளின் நிமித்தமாக போதகர்களும் பிரசங்கிகளுமாகிய உங்களை விரும்பி வேண்டிக்கொள்வது யாதெனில் நீங்கள் உங்கள் பதவிக்குண்டான கடமைகளை உண்மையாகச் செய்ய உங்களை முழுமனதாக ஈடுபடுத்திக் கொள்ளுங்கள். அத்தோடு உங்களிடம் ஒப்படைக்கப்பட்ட மக்கள் மீது அனுதாபங் கொள்ளுங்கள். மேலும், இந்த ஞானோபதேசம் மக்கள் மனதில் குறிப்பாக இளையோர் மனதில் ஆழமாக பதிய வைக்க எங்களுக்கு உதவி செய்யுங்கள். உங்களில் அதிகம் செய்ய இயலாதவர்கள்- இந்த காரியங்களை அறிந்துக்கொள்ள முற்றிலும் திறனற்றவர்கள்- எனில் கீழ்க்குறிப்பட்டதற்கேற்ப, குறைந்த பட்சம் ஞானோபதேச போதனைக்கான பட்டியல்களையும் விளக்க அட்டவணைகளையும் எடுத்துச்சென்று, அவற்றை வார்த்தைக்கு வார்த்தையாக பின்வருமாறு மக்களைப் பயிற்றுவித்து, மனதில் படியவைப்பதற்கு வெட்கப்பட வேண்டாம்.

முதலாவதாக, எல்லாருக்கும் மேலாக, போதகரானவர், பத்துக்கட்டளைகள், கர்த்தருடைய ஜெபம், விசுவாசப்பிரமாணம், திருவருட்சாதனங்கள் முதலானவைகளை பல்வேறு மொழிபெயர்ப்பு உரை மூலங்களையும் அல்லது படிவங்களையும், கொண்டு கற்பிப்பதை கவனமாகத் தவிர்க்க வேண்டும். அவர் ஒரே படிவத்தை, முறையை, மாத்திரம் தேர்ந்தெடுத்து, அதிலேயே நிலைத்திருக்க வேண்டும். வருடம் தோரும் இதையே மாற்றாமல் பயன்படுத்தி, மனதில் பதியவைக்க வேண்டும். இவ்வாலோசனை அளிக்க காரணம், இளையோருக்கும் சாதாரண மக்களுக்கும் நிலையான ஒரே முறையில் கற்பிக்கப்பட வேண்டும் என்பதை நான் அறிவேன். ஆசிரியர் இன்று ஒருவிதமாகவும், இன்னுமோர் வருடத்தில் வெறொரு விதமாகவும் கற்பித்தால் அவர்கள் எளிதாக குழம்பி விடுவார்கள். அவர் முதலில் கற்பித்ததில் இருந்த குறைகளை நிவிர்த்தி செய்து, மேம்பாடு செய்ய விரும்பியது போல எண்ணத் தோன்றும். இதன் பலனாக கற்பிப்பதற்கு செலவிட்ட முந்தின எல்லா உழைப்பும் முயற்சிகளும் வீணாகும்.

மாத்திரமல்ல, எமது ஆசீர்வதிக்கப்பட்ட திருச்சபைப் பிதாக்கள் இதை நன்கு புரிந்து கொண்டதினால், கர்த்தருடைய ஜெபம், விசுவாசப்பிரமாணம், பத்துக்கட்டளைகள் ஆகியவற்றை ஒரே முறைமையில், நிலையாகப் பயன்படுத்தினர். அவர்கள் விடாமுயற்சியாய் கற்பித்ததைப்போல நாமும் அவர்களைப்போன்றே, இளையோருக்கும் சாதாரண மனிதருக்கும் வருடா வருடம் கற்பிக்கும்போது ஒரு எழுத்தையும் மாற்றாமலும் அவைகளின் வார்த்தையை ஒருபொழுதும் வேறுபடுத்தாமலும் இருக்க சிரமப்பட வேண்டும். எத்தனை முறை ஞானோபதேசத்தைக் கற்பித்தாலும் ஒரு வருடம் கற்பித்த ஒரு வார்த்தையை அடுத்த வருடம் மாற்றி விடக்கூடாது.

ஆகையால் நீங்கள் விரும்புகிற எந்த முறைமையாவது தேர்ந்தெடுத்துக்கொள்ளுங்கள். ஆனால் எல்லாக் காலங்களிலும் அதில் நிலைத்திருங்கள். ஒருவேளை நீங்கள் கற்றோர்களுக்கும் அறிவுக்கூர்மை படைத்தவர்களுக்கும் பிரசங்கிக்க நேரிட்டால் வார்த்தைகளை உங்களால் முடியும்

அளவிற்கு பல்வகை தேர்ச்சி வாய்ந்ததாகவும், நுணுக்கமான சொற்றொடர்களாகவும் மாற்றி உங்கள் திறமையை வெளிப்படுத்தலாம். ஆனால் சிறார்க்கு நிர்ணயிக்கப்பட்ட, ஒரே நிலையான, நிரந்தரமான முறைமையையும் வார்த்தைகளையும் பின்பற்றி, முதலாவது, பத்துக்கட்டளைகள், விசுவாசப்பிரமாணம், கர்த்தருடைய ஜெபம் ஆகியவற்றைத் தலைப்பிற்கேற்ப வார்த்தைக்கு வார்த்தை கற்பித்து, அதனால் அவர்கள் அதை அவ்வாறே உங்களோடு திரும்பக்கூறி மனப்பாடம் செய்விக்க வேண்டும்.

இதைக் கற்றுக்கொள்ள மறுக்கிறவர்கள் கிறிஸ்துவை மறுதலிக்கிறார்கள் என்றும் அவர்கள் கிறிஸ்தவர்கள் அல்ல எனவும் கூறப்பட வேண்டும். திருவருட்சாதனத்தில் அவர்கள் அனுமதிக்கப்படலாகாது அல்லது ஞானஸ்நானத்தில் ஞானப்பெற்றோர்களாக ஏற்றுக்கொள்ளப்படக்கூடாது அல்லது கிறிஸ்தவ சுயாதீனத்துக்குரிய யாதொன்றையும் கையாள இடமளிக்கப்படக்கூடாது. அதற்குப் பதிலாக அவர்கள் போப்புவினிடத்திற்கும் அவருடைய அதிகாரிகளினிடத்திற்கும், மெய்யாக, சாத்தானிடத்திற்குமே திருப்பி அனுப்பப்பட வேண்டும். அவர்களுடைய பெற்றோரும், பணியளிப்போரும், அவர்களுக்கு உணவையும் தண்ணீரையும் மறுக்க வேண்டும். இப்படிப்பட்ட முரடர்களை இளவரசர் நாட்டிலிருந்து துறத்திவிடுவாரென்பதை அவர்களுக்குத் தெரிவிக்க சிறப்பாக செயற்படவேண்டும்.

நாம் யார் மீதும் கிறிஸ்தவ விசுவாசத்தைத் திணிக்க முடியாதென்றாலும், அவர்கள் தொழில் செய்து வாழும் சமூகத்தில் எது சரியானது, எது தவறு என எண்ணப்படுகிறது என்பதைத் தெரிந்து கொள்ள நாம் நீடுறுதியாய் ஊக்குவிக்க வேண்டும். ஒரு குறிப்பிட்ட பட்டணத்தில் ஒருவன் வாழ விரும்பினால், அதிலுள்ள சிறப்புரிமைகளை அனுபவிக்க வேண்டுமென்றால், அவன் ஒரு விசுவாசியாகவோ அல்லது இரகசியமாக, தனிப்பட்டவிதத்தில், வஞ்சகனாக அல்லது நேர்மையற்றவனாக இருந்தாலும், அவன் வசிக்கும் பட்டணத்தின் சட்டங்களையும், அதன் வாயிலாக தான்அனுபவிக்க விரும்பும் பாதுகாப்பையும் அறிந்துக்கொள்ள வேண்டும்.

இரண்டாவதாக, அவர்கள் சிறந்த முறையில் பாடத்தைக் (ஞானோபதேசம்) கற்றுக்கொண்டபின், அவைகள் என்ன கூறுகின்றன என்பதை அறியும் பொருட்டு அவற்றின் பொருளைக் கற்பிக்க வேண்டும். ஆகவே மறுபடியும் விளக்க அட்டவணைகளோடோ அல்லது உங்களால் தெரிந்து கொள்ளப்பட்ட சுருக்கமான ஒரே சீரான முறைமையைப் பின்பற்றுவதனூடாகவோ அதை மேற்கொள்ள வேண்டும். பாடங்களைக் கற்பிக்க மேலே கூறியவாறு அதில் எந்த ஒரு பகுதியையேனும் மாற்ற வேண்டாம். தேவையான நேரத்தை எடுத்துக்கொள்ளுங்கள். எல்லாவற்றையும் ஒரே நேரத்தில் கற்பிக்க வேண்டிய தேவை இல்லை. எனினும், ஒன்றன்பின் ஒன்றாக கற்பிக்கவும். முதலாம் கற்பனையின் பொருளை நன்கு புரிந்து கொண்டபின் இரண்டாம் கற்பனைக்குச் செல்லுங்கள். அவ்வாறே ஒன்றன் பின் ஒன்றாக கற்பிக்கவும். இல்லையென்றால் அதிகமாய் போதிப்பதைச் சமாளிக்க முடியாமல், எதையுமே நினைவில் கொள்ள மாட்டார்கள்.

மூன்றாவதாக இப்படியே அவர்களுக்கு சிறிய ஞானோபதேசத்தைக் கற்பித்தபின் பெரிய ஞானோபதேசத்தை எடுத்து, விரிவான, முழுநிறைவான அறிவை அவர்களுக்குக் கொடுங்கள். இங்கே ஒவ்வொரு கற்பனையையும், மன்றாட்டையும், அதன் பலதரப்பட்ட செயற்பாட்டு பகுதியையும், உபயோகங்கள், பயன்கள், ஆபத்துக்கள் மற்றும் காயங்களையும் விவரித்து, பெரிதாக விளக்குங்கள். இதைக் குறித்து எழுதப்பட்ட அநேக புத்தகங்களில் இவை மிகுதியாக விவரிக்கப்பட்டிருப்பதைக் காணலாம். உங்கள் மக்கள் வெகுவாகப் புறக்கணிக்கும் கட்டளைகளை அல்லது பகுதியை குறிப்பாக வலியுறுத்துங்கள். உதாரணமாக கைவேலைக்காரர், வியாபாரிகள், விவசாயிகள், தொழிலாளர்கள் ஆகியோரிடையே களவை விளக்கும் ஏழாம் கட்டளையை அதிகமாய் வலியுறுத்த வேண்டும். ஏனென்றால் இவர்களில் பலர் உண்மையற்றவர்களும், களவு செய்கிறவர்களுமாய் இருக்கிறார்கள். அவ்வாறே இளையோருக்கும் சாதாரண மனிதருக்கும் நான்காம் கட்டளையை வலியுறுத்த வேண்டும். ஒழுங்கு உண்மையுள்ளவர்களாயும் கீழ்ப்படிதலுள்ளவர்களாகவும் சமாதானமுள்ளவர்களாகவும்

இருக்க அவர்களைத் தூண்ட வேண்டும். உண்மையற்றவர்களை கடவுள் எப்படித் தண்டிக்கிறார், உண்மையுள்ளவர்களை எப்படி ஆசீர்வதிக்கிறாரென்று அநேக வேதாகம உதாரணங்களை எப்போதும் காண்பிக்க வேண்டும்.

அதிலும் குறிப்பாக அதிகாரத்தில் உள்ளவர்களுக்கும், பெற்றோர்களுக்கும், சரியாக நிர்வகித்து, தமது பிள்ளைகளை பாடசாலைகளுக்கு அனுப்பும் கடைமையையும், அவ்வாறு அவர்கள் செய்யாவிடில் அது எவ்வளவு பயங்கரமான பாவம் என்பதையும் சுட்டிக்காட்ட வேண்டும். மேலும் அத்தகைய புறக்கணிப்பினால் தேவனுடைய இராஜ்யத்தையும் உலகையும் தூக்கியெறிந்து அழிப்பதால், கடவுளுக்கும், மனிதர்களுக்கும் மிக மோசமான எதிரிகளாகிறார்கள். தங்கள் பிள்ளைகள் போதகர்களாகவும், பிரசங்கிகளாகவும், எழுதுவினைஞராகவும், இன்னும் இவற்றைப் போன்றதற்காகவும் பயிற்சி பெற அவர்கள் உதவாத நிலையானது எவ்வளவு மோசமான தீங்காகும் என்பதைத் தெளிவாகக் காண்பித்து, அதற்காக கடவுள் அவர்களை எவ்வாறு பயங்கரமாகத் தண்டிப்பார் என்பதையும் காண்பிக்கவேண்டும். இவைகளைப் பற்றி பிரசங்கிக்கும் தேவை அதிகமாய் இருக்கிறது. உண்மையில், இதைப்போன்று முக்கியமாகக் கருதப்பட வேண்டிய வேறெந்த தலைப்பையும் குறித்து எனக்குத் தெரியவில்லை. ஏனெனில், தற்போது பெற்றோர்களும் அதிகாரத்தில் இருக்கிறவர்களும் இவ்விடயத்தில் வார்த்தையால் கூற இயலாத பாவம் செய்கிறார்கள். இதனால் பிசாசும் கொடூரமான காரியங்களை நடத்த தீமையானத் திட்டம் வைத்துள்ளான்.

இறுதியாக, இப்போது போப்புவின் கொடுங்கோன்மை ஒழிக்கப்பட்டு விட்டால் மக்கள் திருவிருந்துக்குப் போகாமலும் மேலும் அதை பயனற்ற அல்லது தேவையற்றதென்று மதிக்காமலும் உள்ளார்கள். இங்கே நாம் மீண்டும் வலியுறுத்தல் அவசியம். ஆயினும், நாம் எவரையும் விசுவாசத்திற்குள்ளே வந்திடவோ அல்லது திருவருட்சாதனத்தை பெற்றுக்கொள்ளும்படியோ, எவ்விதமான சட்டத்தையோ, காலக்கெடுவையோ, இடத்தையோ கட்டாயப்படுத்தக் கூடாது என்னும் புரிதலோடு, அவர்கள் தங்கள் சொந்த இசைவுப்படி நம்முடைய

வற்புறுத்தலின்றி, தாங்களாகவே போதகர்களாகிய நம்மை திருவருட்சாதனத்தை தங்களுக்கு அளிக்க வேண்டுமென்று வற்புறுத்தும்படியாக நமது பிரசங்கங்கள் அமைய வேண்டும். பின் வருமாரு கூறுவதன் வழியாக இதை மேற்கொள்ளலாம்:- யாரொருவனாகிலும் வருடத்திற்கு குறைந்தது நான்கு முறையாவது ஆண்டவருடைய திருவிருந்தில் பங்கு கொள்ள விழையாதவனோ அல்லது விரும்பாதவன், அவன் திருவிருந்தை நிந்திப்பவனாகவும் கிறிஸ்தவனற்றவனாகவும் அஞ்சப்படுகிறான். விசுவாசியாதவனும் சுவிசேஷத்தைக் கேட்க விரும்பாதவனுமாகிய ஒருவன் கிறிஸ்தவனாக இல்லாதிருப்பதைப் போலவே அவனும் இருக்கிறானென்று அவனுக்குக் கூறுவதே அவ்வழியாகும். ஏனெனில் கிறிஸ்து 'இதை விட்டுவிடு' என்றோ அல்லது இதை இகழ்ச்சி செய் என்றோ கூறவில்லை, ஆனால், "இதிலே பானம் பண்ணும் போதெல்லாம் இதைச் செய்யுங்கள்" என்றே கூறினார். அவர் புறக்கணியாமலும் நிந்திக்காமலும் முழுநிச்சயமாக அதை மேற்கொள்ள விரும்புகிறார். "இதைச் செய்யுங்கள்" என்கிறார்.

ஒருவன் திருவிருந்தை மிக உயர்வாக மதிக்கவில்லை என்றால் அவன் தனக்கு பாவம் இல்லை, மாம்சம் இல்லை, பிசாசு இல்லை, உலகம் இல்லை, மரணம் இல்லை, நரகம் இல்லை என்று காண்பிக்கிறான். அதாவது அவன் அவற்றால் தலை, காதுவரையில் மூழ்கடிக்கப்பட்டிருந்த போதிலும், இவற்றில் ஒன்றையும் அவன் நம்புகிறதில்லை. அவனை பிசாசு தனக்கு இருமடங்கு சொந்தமாக்கிக்கொள்கிறான். மாறாக, அவனுக்கு கிருபை, வாழ்க்கை, மோட்சம், பரலோக இராஜ்யம், கிறிஸ்து, கடவுள் அல்லது எந்த ஒரு நல்ல காரியமும் தேவைப்படுகிறதில்லை. அவனுக்குள் எவ்வளவு தீமைகள் உண்டு, அவனுக்குள் குறைவுபடுகின்ற எவ்வளவு நன்மையான காரியங்கள் அவனுக்குத் தேவைப்படுகிறது என்று நம்புவானாகில், அப்படிப்பட்ட தீமைகளை பரிகரித்து, ஏராளமான நன்மைகளை அருளுகின்ற திருவிருந்தை அவன் புறக்கணிக்க மாட்டான். அவனை எந்தவொரு சட்டத்தினாலும் திருவிருந்தில் கலந்துகொள்ள கட்டாயப்படுத்துவதற்கு அவசியமில்லை. மாறாக, தானாக ஆர்வத்துடன் அதிவேகமாக ஓடி வந்து, தன்னை திருவிருந்துக்கு கட்டாயப்படுத்திக்கொண்டு,

அவனுக்கு நீங்கள் திருவிருந்து அவசியம் அளிக்கவேண்டும் என உங்களை நிர்ப்பந்திப்பான்.

ஆகவே போப் செய்ததைப்போல இதைக் குறித்து எந்தச் சட்டமும் இயற்ற வேண்டாம். திருவிருந்தில் தொடர்புடைய நன்மை – தீமை, தேவை – பயன், ஆசீர்வாதம் – ஆபத்து ஆகிய இவைகளைத் தெளிவாக முன்வைக்க வேண்டும். அப்போது மக்கள் உங்களுடைய வலியுறுத்தல் இல்லாமலேயே தாமாகவே முன்வருவார்கள். ஆனால் அவர்கள் இன்னும் வரவில்லை என்றால் அவர்களைப் போக விடுங்கள், அத்துடன், தங்களுடைய மிகப் பெரிய தேவை மற்றும் கடவுளின் கிருபையுள்ள உதவி இவைகளைப் பற்றிய மதிப்பும் உணர்வு இல்லாதவர்களாவும் உள்ளதால் அவர்கள் பிசாசுக்கு சொந்தமானவர்கள் என்று தெரிவித்து விடுங்கள். ஆனால் இதை வலியுறுத்தத் தவறினால், அல்லது நீங்கள் இதை சட்டமாக இயற்றுவதால், அல்லது தடை செய்வதால் திருவிருந்தை இழிவாகக் கருதிப் புறக்கணித்தால் அந்தத் தவறு உங்களுடையதாகும். நீங்கள் உறங்கிக்கொண்டும் அமைதியாகவும் இருந்தால் அவர்கள் ஏன் சோம்பேறிகளாய் இருக்கக் கூடாது? ஆகையால் போதகர்களும் பிரசங்கிகளுமாகிய நீங்கள் இதைப் பார்த்துக்கொள்ளுங்கள். நம்முடைய தேவ ஊழியம் போப்புவின் கீழ் இருந்ததை விட இன்று வேறுபட்டிருக்கிறது; இப்போது இது கருத்தாழம் மிக்கதும் நலம் விளைவிக்கிறதுமாயுள்ளது. அதன் விளைவாக இப்பொழுது அது இன்னும் அதிகமான சிரமங்களையும், உழைப்பையும், ஆபத்தையும் மற்றும் சோதனைகளையையும் உள்ளடக்கியுள்ளது. மற்றும் கூடுதலாக, உலகத்தினிடமிருந்து மிக்க குறைவான நன்றியுணர்வையும், பிரதிபலனையும் அது பெற்றுக்கொள்கிறது. ஆனால் நாம் உண்மையாக உழைத்தால், கிறிஸ்துவே நமக்கு வெகுமதியாவார். இம்மாதிரியாக நிறைவு செய்திட, எல்லாக் கிருபைகளின் தந்தையானவர் நமக்கு உதவி புரிவாராக. அவருக்கே நம்முடைய ஆண்டவராகிய கிறிஸ்துவின் வழியே துதியும் நன்றியும் என்றென்றும் உண்டாவதாக! ஆமென்.

I

பத்துக்கட்டளைகள்

குடும்பத்தலைவர் இவற்றை மிக எளிய முறையில்
தன் வீட்டாருக்கு எவ்விதம் கற்பிக்க வேண்டும்.

முதலாம் கட்டளை

என்னையன்றி உனக்கு வேறே தேவர்கள்
உண்டாயிருக்க வேண்டாம். மேலே வானத்திலும்,
கீழே பூமியிலும், பூமியின்கீழ்த் தண்ணீரிலும்
உண்டாயிருக்கிறவைகளுக்கு ஒப்பான
ஒரு சொரூபத்தையாகிலும் யாதொரு
விக்கிரகத்தையாகிலும் நீ உனக்கு உண்டாக்க
வேண்டாம்; நீ அவைகளை கும்பிடவும் சேவிக்கவும்
வேண்டாம்.

இதன் பொருள் என்ன?

விடை: நாம் எல்லாவற்றிற்கும் மேலாக கடவுளுக்குப் பயந்து,
அவரிடம் அன்பு கூர்ந்து, அவரில் நம்பிக்கையாயிருக்க
வேண்டும்.

இரண்டாம் கட்டளை

உன் கடவுளாகிய கர்த்தருடைய நாமத்தை வீணிலே
வழங்காதிருப்பாயாக.

இதன் பொருள் என்ன?

விடை: நாம் கடவுளுக்கு பயந்து அவரிடம் அன்பு கூருவதின் பயனாக அவர் பெயரால் சபிக்காமலும், ஆணையிடாமலும், மாந்திரீகம் மேற்கொள்ளாமலும், பொய் கூறாமலும், அவர் நாமத்தினால் ஏமாற்றாமலும், மாறாக அனைத்துத் தேவைகளின்போதும் அவர் நாமத்தை அழைத்து, ஜெபித்து, துதித்து, நன்றிகளைச் செலுத்த வேண்டும்.

மூன்றாம் கட்டளை

ஓய்வுநாளைப் பரிசுத்தமாய் ஆசரிக்க
நினைப்பாயாக.

இதன் பொருள் என்ன?

விடை: நாம் கடவுளுக்குப் பயந்து அவரிடம் அன்பு கூருவதின் பயனாக பிரசங்கத்தையும், அவருடைய தேவவார்த்தையையும் நிந்திக்காமல் அதைப் பரிசுத்தமாய் எண்ணி, மகிழ்ச்சியோடு கேட்டு கற்றுக்கொள்ள வேண்டும்.

நான்காம் கட்டளை

உன் வாழ்நாட்கள் உலகில் நீடித்து,
நலமாயிருப்பதற்கு, உன் தகப்பனையும் உன்
தாயையும் கனம்பண்ணுவாயாக.

இதன் பொருள் என்ன?

விடை: நாம் கடவுளுக்குப் பயந்து அவரிடம் அன்பு கூருவதின் பயனாக நம் பெற்றோரையும், பெரியவர்களையும் நிந்திக்காமலும், கோபப்படுத்தாமலும், அவர்களை மரியாதையுடன் நடத்தி, அவர்களுக்கு சேவை செய்து, கீழ்ப்படிந்து, அவர்களை அன்பிலும், உயர் நிலையிலும் வைத்து அரவணைத்துக் கொள்ளல் வேண்டும்.

ஐந்தாம் கட்டளை

கொலை செய்யாதிருப்பாயாக.

இதன் பொருள் என்ன?

விடை: நாம் கடவுளுக்குப் பயந்து அவரிடம் அன்பு கூருவதின் பயனாக நாம் அடுத்தவரின் உடலுக்கு சேதமும் தீங்கும் செய்யாமல் அதற்கு மாறாக, அவருக்கு நட்பாக இருந்து,k உதவி செய்து, அவரது சரீரம் மற்றும் வாழ்வின் அனைத்துத் தேவைகளிலும், சோதனைகளிலும் தாங்கி வர வேண்டும்.

ஆறாம் கட்டளை

விபச்சாரம் செய்யாதிருப்பாயாக.

இதன் பொருள் என்ன?

விடை: நாம் கடவுளுக்குப் பயந்து அவரிடம் அன்பு கூருவதின் பயனாக சொல்லாலும் செயலாலும் பரிசுத்தமான கற்புடனும், ஒழுக்கத்துடனும் வாழ்வதுடன், தம்பதியர் ஒருவரையொருவர் நேசித்து மதித்து நடத்தல் வேண்டும்.

ஏழாம் கட்டளை

களவு செய்யாதிருப்பாயாக.

இதன் பொருள் என்ன?

விடை: நாம் கடவுளுக்குப் பயந்து அவரிடம் அன்பு கூருவதின் பயனாக அடுத்தவரின் பணத்தை அல்லது சொத்துக்களை எடுத்துக்கொள்ளாமலும் அல்லது மோசடியான ஒப்பந்தங்கள் அல்லது ஏமாற்று வழிகளில் அவற்றைப் பெற்றுக்கொள்ளாமலும், மாறாக, அவருடைய உடைமைகளும் வியாபாரமும் வளர்ந்து பெருகும்படி உதவி செய்து, அவரது செல்வத்தைப் பாதுகாத்து, அவரது நிலைமை உயர்ந்திட நம்மால் இயன்ற அளவு சிறப்பாக செயல்படவேண்டும்.

எட்டாம் கட்டளை

*அயலானுக்கு விரோதமாய் பொய்ச்சாட்சி
சொல்லாதிருப்பாயாக.*

இதன் பொருள் என்ன?

விடை: நாம் கடவுளுக்குப் பயந்து அவரிடம் அன்பு கூருவதின் பயனாக அயலானைக் குறித்துத் தவறான, உத்தேசமான பொய்களைக் கூறாமலும், காட்டிக்கொடுக்காமலும், அவர் புகழுக்கு களங்கம் விளைவிக்காமலும் அல்லது அவதூறு கூறாமலும் அவரைப் பாதுகாத்து, அவரைக் குறித்து நன்மையாக சிந்தித்துப் பேசி, எல்லாவற்றையும் சிறப்பான வழிகளில் புரிந்துக்கொண்டு, விளக்கமாக்க வேண்டும்.

ஒன்பதாம் கட்டளை

அயலான் வீட்டை இச்சியாதிருப்பாயாக.

இதன் பொருள் என்ன?

விடை: நாம் கடவுளுக்குப் பயந்து அவரிடம் அன்பு கூருவதின் பயனாக அயலானுடைய பரம்பரைச் சொத்துக்களையும் வீட்டையும் அடைகிறதற்கு தந்திர முறைகளைப் பின்பற்றாமலும், சட்ட உரிமைகள், நீதியென பாசாங்கு செய்து அவைகளை அபகரித்துக் கொள்ளாமலும், மாறாக, அவர் வளங்கள் குறையாது நிலைத்து நிற்க அவருக்கு சகாயமும் உபகாரமும் செய்ய வேண்டும்.

பத்தாம் கட்டளை

*அயலானின் மனைவியையும், அவனுடைய
வேலைக்காரனையும், அவனுடைய
வேலைக்காரியையும், அவனுடைய எருதையும்,
அவனுடைய கழுதையையும், அயலானுக்குள்ள
யாதொன்றையும் இச்சியாதிருப்பாயாக.*

இதன் பொருள் என்ன?

விடை: நாம் கடவுளுக்குப் பயந்து அவரிடம் அன்பு கூறுவதின் அயலானிடமிருந்து, அவருடைய மனைவி, வேலைக்காரர் அல்லது மிருகங்களை அவரிடமிருந்து பிரித்தல், கடத்தல், வசீகரித்தல் போன்றவற்றை மேற்கொள்ளாமல், அதற்கு மாறாக, அவரவர் தங்கள்கடமைகளை அக்கறையுடன் மேற்கொண்டு அவருடனே நிலைத்திருக்கச் செய்ய ஊக்குவித்தல் வேண்டும்.

கட்டளைகளின் முடிவுரை இவ்வனைத்துக் கட்டளைகளையும் குறித்துக் தேவன் என்ன கூறுகிறார்?

விடை: யாத்ராகமம் 20:5-6 இல் அவர் இவ்வாறு கூறுகிறார்:

'உன் தேவனாகிய கர்த்தராயிருக்கிற நான் எரிச்சலுள்ள கடவுளாயிருந்து, என்னைப் பகைக்கிறவர்களைக் குறித்துப் பிதாக்களுடைய அக்கிரமத்தைப் பிள்ளைகளிடத்தில் மூன்றாம் நான்காம் தலைமுறை மட்டும் விசாரிக்கிறவராயிருக்கிறேன். ஆனால், என்னிடத்தில் உறுதியாக அன்பு கூர்ந்து, என் கற்பனைகளைக் கைக்கொள்ளுகிறவர்களுக்கோ ஆயிரம் தலைமுறைமட்டும் இரக்கஞ் செய்கிறவராயிருக்கிறேன்'.

இதன் பொருள் என்ன?

விடை: கடவுள் தாம் அருளிச்செய்த இந்த பத்து கட்டளைகளை மீறி நடக்கிற எல்லோரையும் தண்டிப்பேனென்று எச்சரிக்கிறார். ஆகையால் நாம் அவருடைய கோபத்திற்குப் பயந்து இந்தக் கட்டளைகளுக்கு எதிராக நடக்காமலிருக்கக் கடவோம். ஆனால் இந்தக் கட்டளைகளை கைக்கொள்ளும் அனைவருக்கும் அவர் கிருபையும் சகல ஆசியையும் செய்வேனென்று உறுதி கூறுகிறார். ஆகையால் நாம் அவரிடம் அன்புகூர்ந்து, நம்பிக்கையாயிருந்து, ஆர்வத்துடனும், வைராக்கியத்துடனும் நமது முழுவாழ்க்கையையும் முறைப்படுத்தி, அவருடைய கட்டளைகளுக்குக் கீழ்ப்படிந்து நடக்கவேண்டும்.

II

விசுவாசப்பிரமாணம்

குடும்பத்தலைவர் இவற்றை எளிய முறையில் தன் வீட்டாருக்கு கற்பிக்கும் விதம்.

முதலாம் பிரிவு
படைப்பு

பரலோகத்தையும் பூலோகத்தையும் படைத்த சர்வ வல்ல பிதாவாகிய கடவுளை விசுவாசிக்கிறேன்.

இதன் பொருள் என்ன?

விடை: கடவுள் என்னையும் சகல உயிரினங்களையும் உண்டாக்கி எனக்கு சரீரத்தையும் ஆத்துமாவையும் கண்கள், காதுகள் முதலான சகல அவயவங்களையும், புத்தியையும் சகல திறமைகளையும் அளித்து இப்போதுவரைக் காத்து நடத்தி வருகிறாரென்று விசுவாசிக்கிறேன். அல்லாமலும் என் சரீரத்திற்கும் ஜீவனுக்கும் வேண்டிய சகல ஆதாரமாகிய உடை, பாதணிகள், உணவு, வீடு வாசல், மனைவி, பிள்ளைகள், வயல்வெளிகள், கால்நடைகள் முதலிய சகல ஆஸ்திகளையும் அவர் எனக்குத் தருகிறார். எனது சரீரம், வாழ்க்கைக்கு வேண்டிய அனைத்துத் தேவைகளையும் பரிபூரணமாகவும் மிகுதியாகவும் அனுதினமும்; வழங்குகிறார். அவர் என்னை, சகல ஆபத்துகளிலுமிருந்து பாதுகாத்து, அனைத்துத் தீமைகளிலிலுமிருந்து மறைத்துத் தற்காத்து வருகிறார். அவர் இவை யாவற்றையும் பிதாவின் தூய தயை, கிருபையினால் யாதொரு தகுதியும் நன்மதிப்புமில்லாத எனக்கு செய்து வருகிறார். இவை எல்லாவற்றிற்காகவும் நன்றி

செலுத்துபவனாகவும், உரத்த சத்தமாக அவரைத் துதிக்கவும், ஊழியம் செய்யவும், கீழ்ப்படிந்து நடக்கவும் வேண்டிய கடனாளியாகவுள்ளேன். இது முற்றிலும் உண்மையானது.

இரண்டாம் பிரிவு
மீட்பு

அவருடைய ஒரே குமாரனும் நம்முடைய ஆண்டவருமாகிய இயேசு கிறிஸ்துவை விசுவாசிக்கிறேன். இவர் பரிசுத்த ஆவியினால் கர்ப்பத்தில் உற்பவித்துக் கன்னிமரியாளிடத்தில் பிறந்து பொந்தியு பிலாத்துவின் கீழ் பாடனுபவித்து, சிலுவையில் அறையுண்டு, மரித்து அடக்கம் பண்ணப்பட்டார். பாதாளத்தில் இறங்கி மூன்றாம் நாள் மரித்தோரிலிருந்து உயிர்த்தெழுந்தார். பரத்துக்கேறி சர்வவல்ல பிதாவாகிய கடவுளுடைய வலது பாரிசத்தில் வீற்றிருக்கிறார். அவ்விடத்திலிருந்து உயிருள்ளோரையும் மரித்தோரையும் நியாயந்தீர்க்க வருவார்.

இதன் பொருள் என்ன?

விடை: பிதாவினிடத்தில் நித்தியமாய்ப் பிறந்த மெய்யான கடவுளும், கன்னி மரியாளிடத்தில் பிறந்த மெய்யான மனிதனுமாயிருக்கிற இயேசு கிறிஸ்து என் ஆண்டவரென்று விசுவாசிக்கின்றேன். ஏனென்றால் சபிக்கப்பட்ட என்னை, அவர் பொன்னினாலும் வெள்ளியினாலும் அல்ல அவரின் விலையேறப் பெற்ற தமது பரிசுத்த இரத்தத்தினாலும், குற்றமற்றப் பாடுகளினாலும், மரணத்தினாலும் எல்லாப் பாவங்களிலும் மரணத்திலும் பிசாசினுடைய வல்லமையிலுமிருந்தும் மீட்டு, இரட்சித்துக் கொண்டார். அதனால் நான் முழுவதுமாக அவருக்குச் சொந்தமாயிருந்து, நித்திய நீதியிலும், கபடற்ற உண்மையிலும், ஆசீர்வாதத்திலும் அவருடைய இராஜ்யத்திலே அவருக்குக் கீழோக வாழ்ந்து, ஊழியம் செய்யும் பொருட்டு, அவர் மரணத்திலிருந்தெழுந்து பிழைத்து சதா காலமும் நித்திய ஜீவனுடன் ஆண்டு கொண்டிருக்கிறார்;. இது முற்றிலும் உண்மையானது.

மூன்றாம் பிரிவு
பரிசுத்தமாக்குதல்

பரிசுத்த ஆவியானவரை விசுவாசிக்கிறேன்.
பொதுவான பரிசுத்த கிறிஸ்தவ சபையும்,
பரிசுத்தவான்களுடைய ஐக்கியமும், பாவமன்னிப்பும்,
சரீர உயிர்த்தெழுதலும், நித்திய ஜீவனும் உண்டென்று
விசுவாசிக்கிறேன். ஆமென்.

இதன் பொருள் என்ன?

விடை: நான் எனது சுய புத்தியினாலும் பலத்தினாலும் என் கர்த்தராகிய இயேசு கிறிஸ்துவை விசுவாசிக்கவும் அவரிடத்தில் வரவும் அவரை அடையவும் இயலவே இயலாது. ஆகையால், பரிசுத்த ஆவியானவர் சுவிசேஷத்தைக் கொண்டு என்னை வரவழைத்து தம்முடைய வரங்களால் எனக்கு அறிவூட்டி, தூய்மைப்படுத்தி மெய்யான விசுவாசத்தில் நிலைத்திருக்கச் செய்கிறார். இப்படியே அவர் பூமியிலுள்ள முழுக் கிறிஸ்தவ திருச்சபையையும் வரவழைத்து கூட்டிச் சேர்த்து, அறிவூட்டி, பரிசுத்தமாக்கி மெய்யான ஒரே விசுவாசத்திலே இயேசு கிறிஸ்துவினிடத்தில் நிலைத்து நிற்கச் செய்கிறார். அவர் இக்கிறிஸ்தவத் திருச்சபையில் எனக்கும், விசுவாசமுள்ள யாவருக்கும் அனுதினமும் சகல பாவங்களையும் கிருபையாய் மன்னித்து, இறுதி நாளிலே நம் அனைவரையும் உயிர்த்தெழச் செய்து, எனக்கும் கிறிஸ்துவை விசுவாசிக்கிற யாவருக்கும் நித்திய ஜீவனை அளிப்பார்.

III

ஆண்டவருடைய ஜெபம்

குடும்பத்தலைவர் இவற்றை எளிய முறையில் தன் வீட்டாருக்கு கற்பிக்கும் விதம்.

பரமண்டலங்களில் இருக்கிற எங்கள் பிதாவே.

இதன் பொருள் என்ன?

விடை: இச்சிறிய அறிமுகத்தினூடாக அவர் நம்முடைய மெய்யான பிதாவெனவும் நாம் அவருடைய மெய்யான பிள்ளைகளென்றும் விசுவாசிக்கும்படி நம்மை அன்புடன் அழைக்கிறார். ஆகையால், அன்பான பிள்ளைகள் தேவைக்காக பெற்றோரிடம் நம்பிக்கையுடன் கேட்பதைப்போல், நாமும் முழுமையான, உறுதியான நம்பிக்கையுடன் அவரை அழைக்கலாம்.

முதலாம் மன்றாட்டு

உம்முடைய நாமம் பரிசுத்தப்படுவதாக.

இதன் பொருள் என்ன?

விடை: கடவுளின் நாமம் நிச்சயமாக தன்னில்தானே பரிசுத்தமானது, ஆனால் இது நம்மிடையேயும் பரிசுத்தமாக நிலைத்திருக்க வேண்டுமென இம்மன்றாட்டில் ஜெபிக்கிறோம்.

இதை எவ்வாறு செய்யமுடியும்?

விடை: வேத வார்த்தை தூய்மையாகவும், உண்மையாகவும், கற்பிக்கப்பட்டு, கடவுளின் பிள்ளைகளாயிருப்பதற்கேற்ப, நாம் அவ்வார்த்தையின்படியே தூயவாழ்க்கை வாழும்போது, இது சாத்தியம். இது இவ்வாறு இருக்க, எங்களுக்கு உதவும் பரத்திலிருக்கும் எங்கள் அன்பான பிதாவே! ஆனால் யாரொருவர் கடவுளின் வார்த்தையின் கற்பித்தலுக்கு முரண்பாடாக போதிக்கிறாரோ அல்லது வாழ்கிறாரோ அவர், நம் மத்தியில் தேவனுடைய நாமத்தை நிந்திக்கிறவராக இருக்கிறார். பரம பிதாவே! இவ்வாறு நடைபெறாதிருப்பதாக, இவற்றை தடை செய்யும்.

இரண்டாம் மன்றாட்டு

உம்முடைய இராஜ்யம் வருவதாக.

இதன் பொருள் என்ன?

விடை: நமது மன்றாட்டு இல்லாமலேயே கடவுளின் இராஜ்யமும் தானாகவே வருகிறது; ஆயினும், அது நமக்குள்ளேயும் வரவேண்டுமென்று இந்த மன்றாட்டில் ஜெபிக்கின்றோம்.

இது எவ்வாறு சாத்தியமாகிறது?

விடை: நாம் கடவுளுடைய பரிசுத்த வார்த்தையிலே நம்பிக்கை கொண்டு, இங்கே வாழும் காலத்திலும், பின்பு நித்தியத்திற்கும், தெய்வீக வாழ்க்கையை நாம் வாழத்தக்கதாக, பரமபிதாவுடைய கிருபையினாலே அவர் நமக்கு பரிசுத்தாவியை அருளும்போது இது சாத்தியமாகிறது.

மூன்றாம் மன்றாட்டு

உம்முடைய சித்தம் பரமண்டலத்திலே செய்யப்படுகிறது போல பூமியிலேயும் செய்யப்படுவதாக.

இதன் பொருள் என்ன?

விடை: நன்மையும் கிருபையுமான கடவுளின் சித்தம் நாம் மன்றாடாமலே செய்யப்படுகிறது. ஆனால் அது நம்மிலேயும் செய்யப்பட வேண்டும் என்று இந்த மன்றாட்டிலே ஜெபிக்கிறோம்.

இது எவ்வாறு சாத்தியமாகிறது?

விடை: கடவுளின் நாமத்தை தொழுதுகொள்ளவும், கடவுளுடைய ஆளுகை (இராஜ்யம்) நம்மிடம் வருவதையும் தடுக்கவும் செய்கின்ற, உலகம், நம்முடைய மாம்சம், பிசாசின் சித்தம் போன்ற ஒவ்வொரு கொடிய திட்டத்தையும், சித்தத்தையும், முயற்சியையும் கடவுள் உடைத்து தடை செய்கின்றார். அதன்பின் நமது வாழ்வின் முடிவுப்பரியந்தம் வரை அவரது வார்த்தையிலும் விசுவாசத்திலும் உறுதியாக நிலைத்திருக்க பலப்படுத்துகின்றபோது இது சாத்தியமாகிறது. இதுவே அவருடைய நன்மையும் கிருபையும் உள்ள சித்தமாகும்.

நான்காம் மன்றாட்டு

எங்களுக்கு அன்றன்று வேண்டிய ஆகாரத்தை இன்று எங்களுக்குத் தாரும்.

இதன் பொருள் என்ன?

விடை: கடவுள் தீயவர்கள் உள்ளிட்ட அனைவருக்கும் நம்முடைய மன்றாட்டு இல்லாமலே அன்றன்று வேண்டிய உணவை நிச்சயமாக அளித்து வருகிறார். ஆனால் இந்த ஆசீர்வாதத்தினை ஏற்றுக்கொண்டு, அன்றன்றைய ஆகாரத்தினை நன்றியுடன் பெற்றுக்கொள்ள இம்மன்றாட்டினூடாக ஜெபிக்கிறோம்.

அன்றன்று வேண்டிய ஆகாரம் என்பதின் பொருள் என்ன?

விடை: நமது உடலுக்கு ஆதாரமாகவும் தேவையுமாயிருக்கிற, உணவு, தண்ணீர், உடை, காலணிகள், வீடு, வாசல், வயல்வெளிகள், கால்நடைகள், பணம், செல்வம், நல்ல மனைவி (அல்லது கணவன்), நல்ல பிள்ளைகள், நேர்மையான வேலைக்காரர், நேர்மையான, விசுவாசமுள்ள அதிகாரிகள், நிலையான அரசு, நல்ல வானிலை, சமாதானம், உடல் நலம், ஒழுக்கம், நற்புகழ்,

நல்ல நண்பர்கள், விசுவாசமுள்ள அயலகத்தார், மற்றும் இவைப் போன்ற அனைத்தும் அடங்கும்.

ஐந்தாம் மன்றாட்டு

எங்கள் கடனாளிகளுக்கு நாங்கள் மன்னிக்கிறது போல எங்கள் கடன்களை எங்களுக்கு மன்னியும்.

இதன் பொருள் என்ன?

விடை: பரலோகத்திலுள்ள நம் பிதா நமது பாவங்களைப் ஆராய்ந்து, சோதித்துப்பாராமலும், அவைகளின் நிமித்தம் நமது விண்ணப்பங்களை மறுக்காமலும் இருக்க வேண்டுமென்று இந்த மன்றாட்டிலே நாம் வேண்டுகிறோம். ஏனென்றால், நாம் கேட்கிறவைகளை பெற்றுக்கொள்ள நமக்குத் தகுதியுமில்லை, அவற்றை நாம் சம்பாதித்துக் கொள்ளவுமியலாது. இருப்பினும் அவரது கிருபையினாலும், நன்மையினாலும் நாம் கேட்பதைத் தருவதற்கு அவர் சித்தமுள்ளவராக இருக்க வேண்டுகிறோம். ஏனெனில், நாள்தோறும்மிகுதியாய்பாவம்செய்துதண்டனைக்கு மாத்திரமே தகுதியுடையவர்களாயிருக்கிறோம். இதையொட்டி, நமது பங்களிப்பாக, நமக்கு விரோதமாக எவ்விதப் பாவம் செய்கிறவர்களையும், மனப்பூர்வமாய் மன்னித்து, தீமைக்கு பதில் மகிழ்ச்சியுடன் நன்மை செய்யவேண்டும்.

ஆறாம் மன்றாட்டு

எங்களைச் சோதனைக்குட்படப் பண்ணாதிரும்.

இதன் பொருள் என்ன?

விடை: கடவுள் நிச்சயமாக ஒருவரையும் சோதிப்பதில்லை. ஆனால், பிசாசு, உலகம், மற்றும் நம்முடைய மாம்சம் நம்மை வஞ்சிக்காமலும், மெய்யான நம்பிக்கையை விட்டு விலக்கி நம்மை ஏமாற்றி மூடநம்பிக்கைகளுக்கும், அவநம்பிக்கைக்கும், விரக்திக்கும், மற்றும் பெருங்குற்றங்கள், தீமைகள் போன்றவற்றிலிருந்து கடவுள் நம்மை பாதுகாக்குமாறு

இம்மன்றாட்டில் வேண்டுகிறோம். மேலும், குறிப்பாக இது போன்ற சோதனைகளால் துன்புறுத்தப்படுகையில் நாம் தோற்றுப்போகாமல், இவற்றை மேற்கொண்டு, வெற்றி சிறக்க வேண்டும்.

ஏழாம் மன்றாட்டு

தீமையினின்று எங்களை இரட்சித்துக்கொள்ளும்.

இதன் பொருள் என்ன?

விடை: இந்த மன்றாட்டில், அனைத்திற்கும் சுருக்கமானதைப்போன்று, பரலோகத்திலிருக்கிற நம் பிதா நமது உடலுக்கும், ஆன்மாவுக்கும், உடைமைகளுக்கும், புகழுக்கும் ஏற்படுகிற ஒவ்வொரு தீமை மற்றும் ஆபத்திலிருந்து நம்மை மீட்டு, மரணத்தின் வேளை வரும்போது ஆசீர்வாதமான முடிவினை நமக்கு அளித்து, அவருடைய கிருபையுள்ள நன்மையினால் கண்ணீரின் பள்ளத்தாக்கிலிருந்து நம்மை மீட்டு பரலோகத்தில் தமக்கென்று நம்மை எடுத்துக்கொள்ள வேண்டுகிறோம்.

ஏனெனில், உன்னதமான இராஜ்யமும், வல்லமையும், மகிமையும் என்றென்றும் எப்போதும் உம்முடையவைகளே. ஆமென்.

இதன் பொருள் என்ன?

விடை: ஆமென் என்பதற்கு இந்த மன்றாட்டுக்கள் பரலோகத்திலிருக்கிற பிதாவினால் ஏற்றுக்கொள்ளப்படுகிறதென்றும் அவரால் கேட்கப்படுகின்றன என்றும் நாம் உறுதிப்படுத்திக் கொள்வதைப் பொருள்படுத்துகிறது. இவ்வாறு நாம் ஜெபிக்க வேண்டுமென அவரே கட்;டளையிட்டு, அவைகளை அவர் கேட்பாரென்றும் வாக்களித்திருக்கிறார். ஆமென் ஆமென் என்றால்: 'ஆம் ஆம், அப்படியே ஆகுக" என்பது பொருள்.

IV

பரிசுத்த ஞானஸ்நானமாகிய திருவருட்சாதனம் (சாக்கிரமெந்து)

குடும்பத்தலைவர் இவற்றை எளிய முறையில் தன் வீட்டாருக்கு எவ்விதம் கற்பிப்பது.

முதலாவது

ஞானஸ்நானம் என்றால் என்ன?

விடை: ஞானஸ்நானம் வெறும் சாதாரண தண்ணீரல்ல. இத்தண்ணீர் கடவுளின் கட்டளையைப் புரிந்து கொள்வதற்காகவும், கடவுளின் வார்த்தையோடு இணைந்ததுமாய் இருக்கிறது.

கடவுளின் அந்த வார்த்தை என்ன?

விடை: ஆண்டவராகிய இயேசு கிறிஸ்து மத்தேயு சுவிசேஷத்தில் (28:19) கூறுகிறதாவது:

'ஆகையால் நீங்கள் புறப்பட்டுப்போய், சகல ஜாதிகளையும் சீஷராக்கி, பிதா குமாரன் பரிசுத்த ஆவியின் நாமத்திலே அவர்களுக்கு ஞானஸ்நானம் கொடுங்கள்'.

இரண்டாவது

ஞானஸ்நானம் என்ன தருகிறது அல்லது பலனளிக்கிறது?

விடை: அது பாவமன்னிப்பை செயல்படுத்துகிறது. மரணத்தினின்றும் பிசாசிடமிருந்தும் தப்புவிக்கிறது. கடவுளுடைய வார்த்தைகளும் வாக்குத்தத்தங்களும் அறிவிப்பது போல், இதை நம்புகிற எல்லோருக்கும் நித்திய இரட்சிப்பை அளிக்கிறது.

கடவுளின் அந்த வார்த்தைகளும் வாக்குறுதிகளும் யாவை?

விடை: ஆண்டவராகிய இயேசு கிறிஸ்து மாற்கு சுவிசேஷத்தில் (16:16) கூறுகிறதாவது:

'விசுவாசமுள்ளவனாகி ஞானஸ்நானம் பெற்றவன் இரட்சிக்கப்படுவான்; விசுவாசியாதவனோ ஆக்கினைக்குள்ளாகத் தீர்க்கப்படுவான்."

மூன்றாவது

தண்ணீரினால் எப்படி இவ்வளவு பெரிய காரியங்களை செய்ய முடிகிறது?

விடை: நிச்சயமாக வெறும் தண்ணீர் மட்டும் இவற்றை செய்கிறதில்லை, ஆனால் தண்ணீரிலும், தண்ணீரோடும் இருக்கிற கடவுளின் வார்த்தை, இத்தண்ணீரில் உள்ள கடவுளின் வார்த்தையை நம்புகிற விசுவாசம், இந்தக் காரியங்களைச் செய்கிறது. ஏனெனில் கடவுளின் வார்த்தை இல்லையெனில் அது வெறும் தண்ணீராய் இருக்கிறது. அது ஞானஸ்நானம் அல்ல. ஆனால் கடவுளின் வார்த்தையோடு அது ஞானஸ்நானமாக இருக்கிறது; அதாவது, கருணையுள்ள ஜீவத்தண்ணீராகவும், பரிசுத்த ஆவியினால் மறுஜென்ம கழுவுதலைக் கொடுப்பதாகவும் புனித பவுல் அடிகளார் தீத்து 3:5-8இல் கூறுகிறார்:

'நாம் செய்த நீதியின் கிரியைகளினிமித்தம் அவர் நம்மை இரட்சியாமல், தமது இரக்கத்தின்படியே மறுஜென்ம முழுக்கினாலும் பரிசுத்தாவியினுடைய புதிதாக்குதலினாலும் நம்மை இரட்சித்தார். அவர் கிருபையினாலே நாம் நீதிமான்களாக்கப்பட்டு, நித்திய ஜீவனுண்டாகும் என்கிற நம்பிக்கையின்படி அவரின் சந்ததிகளாகும்படியாக, அவர் நமது இரட்சகராகிய இயேசு கிறிஸ்து மூலமாய், பரிசுத்த ஆவியை நம்மேல் சம்பூரணமாய்ப் பொழிந்தருளினார்.''

நான்காவது

தண்ணீரோடு கூடிய இந்த ஞானஸ்நானம் எதைக் குறிக்கிறது?

விடை: நம்மில் இன்னும் உள்ள பழைய ஆதாம் ஒவ்வொரு நாளும் உண்டாகும் பாவ உறுத்தலினாலும், மனந்திரும்புதலினாலும், எல்லா பாவங்களோடும், தீங்கான ஆசைகளோடும் மூழ்கி மரித்து, மறுபடியும் புதிய மனிதன் ஒவ்வொரு நாளும் வெளிப்பட்டெழுந்து, கடவுள் முன்னிலையில் நீதியோடும் தூய்மையோடும் என்றென்றும் வாழவேண்டும் என்பதைக் குறிக்கிறது.

இது வேதத்தில் எங்கே எழுதப்பட்டிருக்கிது?

விடை: புனித பவுல் ரோம நிருபத்தில் கூறுகிறதாவது (6:4):

'மேலும் பிதாவின் மகிமையினாலே கிறிஸ்து மரித்தோரிலிருந்து எழுப்பப்பட்டதுபோல, நாமும் புதிதான ஜீவனுள்ளவர்களாய் நடந்து கொள்ளும்படிக்கு, அவருடைய மரணத்திற்குள்ளாக்கும் ஞானஸ்நானத்தினாலே கிறிஸ்துவுடனேகூட அடக்கம் பண்ணப்பட்டோம்''.

V

பாவ அறிக்கை

*பாவ அறிக்கை செய்வதற்கு சாதாரண மக்களை
வழிநடத்தும் விதம்.*

பாவ அறிக்கை என்பது என்ன?

விடை: பாவ அறிக்கை இரு பகுதிகளை உள்ளடக்கியது: முதலாவது பாவங்களை அறிக்கையிடுவது. இரண்டாவது, சுவிசேஷத்தின் பிரசங்கியார் அல்லது நமது பாவ அறிக்கையை கேட்கும் குருவிடமிருந்து பெறும் பாவ மன்னிப்பு கடவுளிடமிருந்தே வருவதாக ஏற்றுக்கொண்டு, சந்தேகம் கொள்ளாமல், அதற்கு மாறாக, பரத்திலிருக்கிற கடவுளுக்கு முன் நம் பாவங்கள் மன்னிக்கப்படுகின்றன என்ற உறுதியான நம்பிக்கை கொண்டு பாவ மன்னிப்பை பெற்றுக்கொள்வது.

நாம் எத்தகைய பாவங்களை அறிக்கையிட வேண்டும்?

விடை: கடவுளுக்கு முன்பாக, நமது எல்லா பாவக்குற்றங்களுக்காக, நாம் அறியால் செய்யும் பாவங்களுக்காகவும், நாம் ஆண்டவருடைய ஜெபத்தில் செய்வது போல, எல்லா பாவக் குற்றங்களையும் அறிக்கையிடவேண்டும். ஆனால் குருவின் முன்னால் நமக்குத் தெரிந்த, நம் உள்ளத்தில் உணருகிற பாவங்களை மட்டுமே அறிக்கையிட வேண்டும்.

அவைகள் யாவை?

விடை: ஒவ்வொரு நபரும் பத்துக் கட்டளைகளுக்கேற்ப, தன் வாழ்க்கையின் நிலையை; ஒரு தந்தையாக, தாயாக, மகனாக, மகளாக, வீட்டுத்தலைவனாக, வீட்டுத்தலைவியாக அல்லது ஊழியக்காரனாக, நீங்கள் கீழ்ப்படியாதவர்களாகவோ, வாய்மையற்றவர்களாகவோ அல்லது சோம்பேறிகளாகவோ

இருந்திருப்பீர்களானால்; உங்களுடைய வார்த்தைகளாலும் செயல்களாலும் யாரையாவது புண்படுத்தியிருப்பீர்களானால், நீங்கள் திருடியிருப்பீர்களானால், புறக்கணித்திருப்பீர்களானால், எதையேனும் பாழடித்திருப்பீர்களானால், அல்லது யாருக்கும் ஏதாவது தீங்கிழைத்திருப்பீர்களானால் அவற்றைக் கருத்தில் கொள்ளவேண்டும்.

பாவஅறிக்கையின் சுருக்கமான வடிவம் சாதாரண மக்களுக்காக

உங்கள் பாவ அறிக்கையை கேட்பவரிடம் நீங்கள் இவ்வாறு கூற வேண்டும்;

மரியாதைக்குரிய அருட்தந்தையே, எனது பாவ அறிக்கைக்கு செவி சாய்த்து, கடவுளின் சார்பாக மன்னிப்பினை கூறி வழங்குமாறு மன்றாடுகிறேன்.

தொடர்ச்சியாக:

நான் அற்பமான பாவி, நான் அனைத்து பாவங்களுக்கான குற்றாளியென கடவுளுக்கு முன்பாக அறிக்கை செய்கிறேன். விசேடமாக நான் ஒரு பணியாளர், (அல்லது பணிப்பெண் போன்றவை), ஆயினும், நான் எனது எஜமானனுக்கு விசுவாசமற்ற சேவை செய்கின்றேன். இதற்காகவும், நான் செய்ய வேண்டும் என அவர் உத்தரவிட்டவைகளை நான் செய்யாமல் இருந்ததையும், செய்யாமல் இருப்பதையும், உமக்கு முன்பாக அறிக்கை செய்கிறேன்; நான் அவர்களை கோபமூட்டியிருக்கிறேன், சபிக்கவும் காரணமாயிருந்திருக்கிறேன். நான் பல காரியங்களை புறக்கணித்ததால், சேதம் விளைவித்தல் போன்றவைக்கு காரணமானேன். நான் என்னுடைய வார்த்தைகளாலும் செயல்களாலும் வெட்கமற்றவனாயிருந்துள்ளேன். பொறுமையிழந்து என்னுடைய சகாக்களோடு சண்டையிட்டிருக்கிறேன், இல்லத்தலைவி போன்றவர்களைப் பற்றி முணுமுணுத்து அவர்களை சபித்திருக்கிறேன். இவை எல்லாவற்றிற்காகவும் நான் மனம் வருந்தி, கிருபைக்காக வேண்டுகிறேன். நான் சிறப்புடன் செயல்பட விரும்புகிறேன்.

இல்லத்தலைவன் அல்லது இல்லத்தலைவி கூறுவது:

குறிப்பாக நான் என்னுடைய குடும்பம் – எனது மனைவியையும், குழந்தைகளையும், பணியாளர்களையும், கடவுளின் நாமம் மகிமைப்படும்படியாக, உண்மையுடன் கற்பித்து, பயிற்சியளித்து வழிநடத்த, விடாமுயற்சியற்றிருந்தேனென்று உமக்கு முன்னால் அறிக்கையிடுகிறேன். நான் சாபமிட்டேன், நான் தேவனுடைய நாமத்தைத் தவறாகப் பயன்படுத்தினேன். என்னுடைய முரடான வார்த்தைகளாலும், செயல்களாலும் ஒரு மோசமான முன் உதாரணத்தை ஏற்படுத்தியிருக்கிறேன். நான் என்னுடைய அயலகத்தார்களை பல வழிகளில் துன்பப்படுத்தியும், புண்படுத்தியுமிருக்கிறேன். நான் தவறான எடைகளையும் அளவுகளையும் பயன்படுத்தி, என் அயலானுக்குப் பொருட்களை விற்று ஏமாற்றியுள்ளேன்.

ஒவ்வொருவரின் தொழில்களில் கடவுளின் கட்டளைக்கு விரோதமாக வேறெந்த செயல்கள் நடைபெற்றிருந்தாலும் அவர்கள் பாவத்திற்காக வருந்தி அறிக்கையிட வேண்டும்.

ஆயினும் ஒருவன் இவைகளால் அல்லது இவற்றைவிட கனமான பாவங்களை சுமந்திருப்பதாக உணரவில்லையென்றால், அதைக் குறித்து அவன் மனக்கவலைப்பட வேண்டியதில்லை; அல்லது, வேறு பாவங்களை ஆராய்ந்து தேடி, கண்டுபிடித்து, பாவஅறிக்கையை சித்திரவதைக்குறியதாக செய்துவிடக்கூடாது. ஆனால், அவனுக்குத் தெரிந்த ஒன்று அல்லது இரண்டு பாவங்களை- குறிப்பாக நான் ஒரு முறை கடவுளுடைய நாமத்தை துஷ்பிரயோகப்படுத்தி உள்ளேன்; நான் ஒரு முறை மீண்டும் தகாத வார்த்தைகளை பயன்படுத்தியிருக்கிறேன்; ஒரு முறை இதை அல்லது அதை நான் புறக்கணித்திருக்கிறேன்- என்கிறவாறு அறிக்கையிட வேண்டும். இது போதுமானது, இவ்வாறு ஆன்மாவை சமாதானத்தில் இருக்கவிடலாம்.

ஆனால் நீங்கள் எந்த ஒன்றையுமே அறியாமலிருந்தால் (-இது நடைமுறையில் சாத்தியமே இல்லாதது-) குறிப்பிட்டு எதையும் தெரிவிக்க வேண்டாம். எனினும், பாவமன்னிப்பு வழங்கும் குருவுக்கு முன் கடவுள் முன்னிலையில் செய்கிற

பொதுவான பாவ அறிக்கை செய்து மன்னிப்பைப் பெற்றுக்கொள்ள வேண்டும்.

பிறகு பாவமன்னிப்பு வழங்கும் குரு கூறுவதாவது:

கடவுள் உன்மேல் கிருபையாய் இருந்து, உன்னுடைய விசுவாசத்தை பலப்படுத்துவாராக. ஆமென்.

மேலும் அவர் பாவஅறிக்கையிடுபரிடம் இவ்வாறு கேட்க வேண்டும்:

நான் கொடுக்கும் பாவ மன்னிப்பு, கடவுள் வழங்கும் பாவ மன்னிப்பு என்று விசுவாசிக்கிறாயா? விடை: ஆம், குருவே.

பின், ஏற்றுக்கொள்ளும் விசுவாசியிடம் அவர் கூற வேண்டியது:

நீ விசுவாசிக்கிறபடியே உனக்கு ஆகக்கடவது. நம்முடைய ஆண்டவராகிய இயேசு கிறிஸ்துவின் கட்டளைப்படி நான் உன்னுடைய பாவங்களை, பிதா, குமாரன், பரிசுத்த ஆவியினால் மன்னிக்கிறேன். ஆமென். சமாதானத்தோடு செல்வீர்களாக.

மிகவும் பாதிக்கப்பட்ட மனச்சாட்சி, சோதனைகள் அல்லது நம்பிக்கையின்மை போன்றவற்றால் துயருறுபவர்களின் விசுவாசத்தை அதிகரிக்கும் வகையில் பலப்படுத்தி அவர்களை வேத வாக்கியங்களைக்கொண்டு எவ்வாறு தேற்றுவதென்பதைக் குறித்து குருவானவர் அறிந்து வைத்திருத்தல் வேண்டும். அவர்களின் விசுவாசத்தை பலப்படுத்தவும் பாவ மன்னிப்பு அளிக்கும் குரு கூடுதலான வேதப்பகுதிகளை தெரிந்து கொள்ள வேண்டும். இது கல்வி அறிவற்ற சாதாரண மக்களுக்கேற்றவாறு, குழந்தைகளுக்குறியதைப்போன்று அமைக்கப்பட்ட பாவஅறிக்கையின் பொதுவான வடிவமாகும்.

VI

பலிபீடத்தின் திருவருட்சாதனம் (சாக்கிரமெந்து)

குடும்பத்தலைவர் இவற்றை எளிய முறையில் தன் வீட்டாருக்கு கற்பிக்க வேண்டியவிதம்.

பலிபீடத்தின் திருவருட்சாதனம் என்பது என்ன?

பலிபீடத்தின் திருவருட்சாதனம் என்பது நம்முடைய இயேசு கிறிஸ்துவின் மெய்யான சரீரமும் இரத்தமுமாக இருக்கிறது. கிறிஸ்தவர்களாகிய நமக்கு உண்ணவும், குடிக்கவும் நம்முடைய ஆண்டவராகிய கிறிஸ்துவால், அப்பம் மற்றும் திராட்சை இரசத்தின் வழியாய் ஏற்படுத்தப்பட்டதாகும்.

இது எவ்விடத்தில் எழுதப்பட்டிருக்கிறது?

விடை: தூய சுவிஷேசகர்களாகிய (மத்தேயு 26:26; மாற்கு 14:22; லூக்கா 22:19) மற்றும் புனித பவுல் (1 கொரி. 11:23) எழுதுகிறதாவது:

நம்முடைய ஆண்டவராகிய இயேசு கிறிஸ்து தாம் காட்டிக்கொடுக்கப்பட்ட அன்று இராத்திரியிலே அப்பத்தை எடுத்து நன்றி செலுத்தி அதைப்பிட்டு தம்முடைய சீஷருக்குக் கொடுத்து கூறியதாவது: 'இதை வாங்கிப் புசியுங்கள். இது உங்களுக்காக பிட்கப்படுகிற (கொடுக்கப்படுகிற) என்னுடைய சரீரமாயிருக்கிறது. என்னை நினைவுகூரும்படி இதைச் செய்யுங்கள்" என்றார்.

அவ்விதமாகவே அவர் போஜனம் பண்ணின பின்பு பாத்திரத்தையும் எடுத்து நன்றி செலுத்தி அவர்களுக்குக் கொடுத்து கூறியதாவது: 'நீங்கள் எல்லாரும் இதிலே

பானம் பண்ணுங்கள்; இது பாவமன்னிப்புண்டாகும்படி அநேகருக்காகச் சிந்தப்படுகிற என்னுடைய இரத்தத்தினாகிய புது உடன்படிக்கையாயிருக்கிறது. இதிலே பானம்பண்ணும் போதெல்லாம் என்னை நினைவு கூரும்படி இதைச் செய்யுங்கள்" என்றார்.

இந்தப் புசித்தலிலும் குடித்தலிலும் உள்ள நன்மைகள் என்ன?

விடை: 'பாவ மன்னிப்புக்கென்று உங்களுக்காக கொடுக்கப்பட்டதும், சிந்தப்பட்டதும்" என்னும் வார்த்தைகளில் இவை சுட்டிகாட்டப்பட்டுள்ளன: அதாவது, பாவமன்னிப்பு, வாழ்வு மற்றும் இரட்சிப்பு என்பவை இவ்வார்த்தைகளின் மூலமாக, இந்த திருவருட்சாதனத்தில் அருளப்படுகின்றன. ஏனெனில் எங்கே பாவமன்னிப்பு இருக்கிறதோ அங்கே வாழ்வும் இரட்சிப்பும் இருக்கின்றன.

சரீரப்பிரகாரமாக புசித்தலும் குடித்தலும் இவ்வளவு பெரிய காரியங்களை எவ்வாறு செய்கின்றன?

விடை: புசிப்பதும் குடிப்பதும் இந்தக் காரியங்களை நிச்சயமாக செய்கிறதில்லை. ஆனால், இங்கே சொல்லப்பட்ட வார்த்தைகளான 'உங்களுடைய பாவ மன்னிப்புக்கென்று கொடுக்கப்பட்டதும் சிந்தப்பட்டதும்" என்பதுவே அதை நடப்பிக்கின்றன. சரீர ரீதியான புசித்தலிலும் குடித்தலிலும் சேர்ந்துள்ள இந்த வார்த்தைகளே திருவருட்சாதனத்தின் பிரதானமானவையாகவும், மையமாகவும் இருக்கின்றன. இந்த வார்த்தைகளை யாதொருவன் நம்புகின்றானோ அவன், அவ்வார்த்தைகள் அறிக்கையிட்டு, வெளிப்படுத்துகின்ற பாவமன்னிப்பை உடையவனாகிறான்.

இந்தத் திருவருட்சாதனத்தை தகுதியுடையோனாய் பெற்று, உபயோகித்துக்கொள்பவன் யார்?

விடை: உபவாசம் மற்றும் உடல் ஆயத்தம் முதலானவை நிச்சயமாக சிறந்த புறநிலை பயிற்சிகளாய் இருக்கின்றன. ஆனால், 'பாவ மன்னிப்புக்கென்று உங்களுக்காக கொடுக்கப்பட்டதும் சிந்தப்பட்டதும்' என்னும் வார்த்தைகளில் நம்பிக்கையாய் இருப்பவனே உண்மையில்

தகுதியுடையவனாயும், நல்லாயத்தம் உடையவனாயும் இருக்கிறான்.

ஆனால், ஒருவன் இவ்வார்த்தைகளை விசுவாசிக்காவிட்டால் அல்லது இவற்றை சந்தேகப்பட்டால் அவன் தகுதியற்றவனாயும் ஆயத்தமில்லாதவனாயும் இருக்கிறான். ஏனெனில், 'உங்களுக்காக' என்னும் வார்த்தையில், ஒவ்வொரு இதயமும் விசுவாசிக்க வேண்டும் என்பது தேவைப்படுகிறது.

தினசரி ஜெபங்கள்

குடும்பத்தலைவர் தன் குடும்பத்தாருக்கு காலையும் மாலையும் ஜெபிப்பதற்கு கற்றுக்கொடுக்க வேண்டிய முறை.

காலை ஜெபம்

காலையில் தாங்கள் எழுந்திருக்கும்போது பரிசுத்த சிலுவையின் அடையாளத்தை தங்களுக்கு இட்டுக்கொண்டு கூற வேண்டியது:

பிதா, குமாரன் பரிசுத்த ஆவியின் பெயராலே ஆமென்.

பின் முழங்காற்படியிட்டு அல்லது நின்று கொண்டு விசுவாசப்பிரமாணத்தையும் கர்த்தரின் ஜெபத்தையும் ஒப்புவியுங்கள். நீங்கள் விரும்பினால் கீழ்வரும் சிறிய ஜெபத்தையும் கூறலாம்:

என்னுடைய பரலோகப்பிதாவே கடந்த இரவில் என்னை எல்லா தீமையிலிருந்தும் ஆபத்திலிருந்தும் பாதுகாத்ததற்காக உமது நேசகுமாரனாகிய இயேசு கிறிஸ்துவின் வழியாய் நான் நன்றியை ஏறெடுக்கிறேன். இந்த நாளிலும் என்னை பாவத்திலிருந்தும் ஒவ்வொரு தீங்கிலிருந்தும் பாதுகாக்கவும் என்னுடைய எல்லாச் செயல்களும், என் வாழ்வும் உம்மை மகிழ்விக்கும்படியாக இருக்கவும் மன்றாடுகின்றேன். நான் உம்முடைய கரங்களில் என்னையும் என் உடல், ஆவி, அனைத்தையும் ஒப்புவிக்கிறேன். பிசாசானவன் என்னை மேற்கொள்ளாதவாறு உம்முடைய பரிசுத்தத்தூதர் என்னோடு இருப்பதாக. ஆமென்.

பிறகு ஒரு பாடலைப்பாடி, பத்துக்கட்டளைகள் அல்லது உங்களது தியானம் என்ன கருத்தை கூறுகிறதோ அதன்படி மகிழ்ச்சியுடன் உங்களது கடமைகளுக்கு புறப்பட்டுச் செல்லுங்கள்.

மாலை ஜெபம்

மாலையில் தாங்கள் படுக்கைக்குச் செல்லும்போது சிலுவையின் அடையாளத்தை தங்களுக்கு இட்டு கூற வேண்டியதாவது:

பிதா குமாரன் பரிசுத்த ஆவியின் பெயராலே ஆமென்.

பின், முழங்காற்படியிட்டு அல்லது நின்று கொண்டு விசுவாசப்பிரமாணத்தையும் கர்த்தரின் ஜெபத்தையும் ஒப்புவியுங்கள். நீங்கள் விரும்பினால் கீழ்வரும் சிறிய ஜெபத்தையும் கூறலாம்:

என்னுடைய பரலோகப்பிதாவே, இந்த நாளிலே என்னை கிருபையாய் பாதுகாத்ததற்காக உமது நேசக்குமாரனாகிய இயேசு கிறிஸ்துவின் வழியாய் நான் நன்றியை ஏறெடுக்கிறேன்;. என்னுடைய எல்லாப் பாவங்களையும், நான் செய்திருக்கும் தவறுகளையும் நீர் மன்னித்து இந்த இரவில் என்னை கிருபையாய் பாதுகாத்தருளும் என்று உம்மை நோக்கி மன்றாடுகின்றேன். நான் உம்முடைய கரங்களிலே என்னையும் என் ஆத்துமா, சரீரம் அனைத்தையும் ஒப்புவிக்கிறேன். பிசாசானவன் தன் வலிமையினால் என்னை மேற்கொள்ளாதவாறு உம்முடைய பரிசுத்தத்தூதர் என்னோடு இருப்பதாக. ஆமென்.

அதன் பின்பு மகிழ்ச்சியுடன் உறங்கச் செல்லுங்கள்.

*தன்னுடைய குடும்பத்தாருக்கு ஆசீர்வாதத்தை
கேட்கவும் நன்றி கூறவும் குடும்பத் தலைவரானவர்
எவ்விதம் கற்பிக்க வேண்டும்.*

ஆசீர்வாதத்தை வேண்டல்

குழந்தைகளும் குடும்பத்தின் உறுப்பினர்களும் பயபக்தியோடு உணவு மேசைக்குச் சென்று கரங்களைக் கூப்பிக் கூற வேண்டியது:

ஒ ஆண்டவரே, சகல ஜீவன்களின் கண்களும் உம்மை நோக்கிக் காத்திருக்கின்றன. ஏற்ற வேளையிலே நீர் அவைகளுக்கு ஆகாரம் கொடுக்கிறீர். நீர் உமது கரங்களைத் திறந்து, சகல உயிரினங்களினது வாஞ்சையையும் திருப்தியாக்குகிறீர்.

குறிப்பு: வாஞ்சையானது திருப்தியாக்கப்படுவது என்பதின் அர்த்தம், அனைத்து பிராணிகளும் உண்பதற்கு ஏராளம் உண்டு. அவைகள் பராமரிப்புக்கு மகிழ்ச்சியாகவும், உற்சாகமாக உள்ளவைகளாக இருக்கின்றன; ஆனால் பேராசை இவ்விதமான திருப்தியைத் தடுக்கின்றது.

பிறகு கர்த்தரின் ஜெபத்தையும் பின்வரும் ஜெபத்தையும் கூற வேண்டும்:

ஆண்டவராகிய கடவுளே, பரமபிதாவே, எங்களையும் உம்முடைய கொடைநிறைந்த நன்மையிலிருந்து நாங்கள் பெற்றுக்கொள்ளும் உம்முடைய ஈவுகளையும் ஆசீர்வதியும். இயேசு கிறிஸ்துவின் வழியாக ஆமென்.

நன்றி செலுத்துதல்

அப்படியே உணவு உண்ட பின்பு பயபக்தியுடன் கைகளைக் கூப்பிக் கூற வேண்டியது:

கர்த்தரை நன்றியோடு துதியுங்கள், அவர் நல்லவர், அவர் கிருபை என்றென்றுமுள்ளது. மாம்சமான யாவருக்கும் ஆகாரம் கொடுக்கிறார்; அவர் மிருக ஜீவன்களுக்கும் கூக்குரலிடும் காக்கைக் குஞ்சுகளுக்கும் ஆகாரம் கொடுக்கிறார். அவர் குதிரையின் பலத்தில் விருப்பமாயிரார்; வீரனுடைய கால்களில் பிரியப்படார். தமக்குப் பயந்து, தமது கிருபைக்குக் காத்திருக்கிறவர்கள் மேல் கர்த்தர் பிரியமாயிருக்கிறார்.

அதன் பின்பு கர்த்தருடைய ஜெபத்தையும் பின்வரும் ஜெபத்தையும் கூற வேண்டும்:

ஆண்டவராகிய கடவுளே, பரமபிதாவே உம்மோடும் பரிசுத்த ஆவியோடும் என்றென்றும் வாழ்ந்து ஆண்டு கொண்டிருக்கிற எங்கள் ஆண்டவராகிய இயேசு கிறிஸ்துவின் வழியாய் எங்களுக்கு அருளிய எல்லா நன்மைகளுக்காகவும் உமக்கு நன்றிகளை ஏறெடுக்கிறோம். ஆமென்.

கடமைகளின் பட்டியல்கள்

பல்வேறு புனித அமைப்புகளில் (holy orders) மற்றும் பதவிகளில் உள்ளவர்களின் கடமைகளையும், பொறுப்புக்களையும் குறித்து அறிவுறுத்தும் சில வேதப்பகுதிகள்.

பேராயர்கள், ஆயர்கள் மற்றும் பிரசங்கிமார்களுக்கு

'திருச்சபையின் தலைவனாக (Bishop) இருக்க வேண்டியவன் கட்டாயமாக குற்றம் காணப்படாதவனாயும், ஒரே மனைவியை மாத்திரம் உடைய கணவனாயும், தெளிந்த புத்தியுள்ளவனாயும், சுயகட்டுப்பாடுள்ளவனாயும், மதிப்புக்குரியவனாயும், உபசரிக்கும் பண்பு உடையவனாயும், கற்பிக்கும் ஆற்றல் உடையவனாயும் இருக்க வேண்டும், அவன் மதுபானவெறி கொள்ளும் பழக்கம் இல்லாதவனாய் இருக்க வேண்டும், கலகக்காரனாக இராமல், கனிவு உடையவனாய் இருக்க வேண்டும், அவன் வாக்குவாதம் செய்யாதவனாயும், பணத்தாசை கொள்ளாதவனுமாய் இருக்க வேண்டும், அவனது பிள்ளைகள் அவனுக்கு மதிப்புக் கொடுத்து, கீழ்ப்படியும்படி பார்த்துக் கொள்ளவும் வேண்டும் (தனது சொந்தக் குடும்பத்தை நல்ல முறையில் நடத்த இயலாத ஒருவன், கடவுளின் திருச்சபையை பராமரிப்பது எப்படி?); அவன் இறுமாப்படைந்து, பிசாசு அடைந்த ஆக்கினையிலே விழாதபடிக்கு, புதிதாய் சேர்ந்த கிறிஸ்தவனாய் இருக்கக்கூடாது. அவன் நிந்தனையிலும், பிசாசின் வலையிலும் விழாதப்படிக்கு, திருச்சபைக்கு வெளியில் இருப்பவர்கள் (புறம்பானவர்கள்) மத்தியிலும் நற்பெயர் பெற்றவனாயிருக்க வேண்டும்.' (1 தீமோ 3:1-7)

'திருச்சபைக்கு பொறுப்பாய் இருக்கும் ஊழியன், இறைவனின் உக்கிராணக்காரனாக (கணக்கு ஒப்புவிப்பவன்/ மேற்பார்வையாளனாக) இருப்பதால், அவன் குற்றம் காணப்படாதவனாய் இருக்க வேண்டும், அவன் தன் இஷ்டப்படி செய்யாதவனும், முற்கோபமில்லாதவனும், மதுபான பிரிய மில்லாதவனுமாயிருக்கவேண்டும். அவன் வன்முறையில் ஈடுபடுகிறவனாகவோ, நேர்மையற்ற முறையில் இலாபம் ஈட்டுகிறவனாகவோ இருக்கக்கூடாது, அவன் மற்றவர்களை உபசரிக்கிறவனாகவும், நன்மையை நேசிக்கிறவனாகவும், தெளிந்த புத்தியுடையவனாகவும், நீதிமானும், பரிசுத்தம் உள்ளவனாயும், இச்சையடக்கமுள்ளவனுமாயிருக்க வேண்டும், தனக்குக் போதிக்கப்பட்ட உண்மையான வசனத்தை நன்றாய்ப் பற்றிக்கொண்டு, ஆரோக்கியமான கோட்பாடுகளினால் (உபதேசங்களினால்) மற்றவர்களை நல்வழிப்படுத்தவும், அதற்கு முரண்பாடாய் இருக்கிறவர்களை கண்டித்து, குற்றத்தை அறிவிக்க வல்லவனாயிருக்க வேண்டும்'. (தீத்து 1:7-9).

வசனத்தை கேட்கிறவர்கள் தங்கள் ஆயர்களுக்கு செய்ய வேண்டியவை

'அப்படியே நற்செய்தியைப் பிரசங்கிக்கிறவர்கள், நற்செய்தி ஊழியத்திலிருந்தே தங்கள் வாழ்க்கைக்குரிய தேவைகளைப் பெற்றுக்கொள்ள வேண்டும் என கர்த்தர் கட்டளையிட்டிருக்கிறார்' (1 கொரி. 9:14)

'இறைவனுடைய வார்த்தையைக் கற்றுக்கொள்கிறவர்கள், தங்களுக்கு அதைக் கற்றுக்கொடுக்கிறவர்களுடன், தங்களிடமுள்ள எல்லா நன்மைகளையும் பகிர்ந்து கொள்ள வேண்டும்'. (கலா. 6:6)

'திருச்சபையை நன்றாய் நடத்தும் மூப்பர்கள் இரட்டிப்பான மதிப்பிற்குரியவர்களாகக் கருதப்பட வேண்டும். விசேடமாக பிரசங்கம் பண்ணுவதிலும், கற்பிப்பதிலும் ஈடுபடும் மூப்பர்களை அப்படி எண்ண வேண்டும், ஏனெனில், "போரடிக்கும்போது (தானியத்தை மிதிக்கும்போது) மாட்டின் வாயைக் கட்டாதே" என்றும், "வேலை செய்பவன் தன் கூலியைப் பெற உரிமையுள்ளவன்" என்றும் வேசவசனம் சொல்லுகிறதே.' (1 தீமோ 5:17-18)

'உங்களை வழிநடத்துகிறவர்களுக்கு கீழ்ப்படிந்து அடங்கியிருங்கள். அவர்கள் உங்கள் ஆத்துமாக்களுக்காகக் கணக்கொப்புவிக்கப்போகிறவர்களாய் விழித்திருக்கிறார்கள்; அவர்கள் மன வேதனையோடல்ல சந்தோஷத்தோடு அப்படி செய்யும்படி பாருங்கள்; அவர்கள் மனவேதனையோடு அப்படி செய்தால் அது உங்களுக்கு நலமாகாது. எங்களுக்காக மன்றாடுங்கள்.' (எபி. 13:17-18)

பொதுமக்களின் அரசாங்கம் தொடர்பாக

'எந்த மனிதரும் அரசாங்கத்தின் மேலான அதிகாரமுள்ளவர்களுக்கு (அதிகாரங்களுக்கு) அடங்கி (கட்டுப்பட்டு) நடக்கக் கடவன்; ஏனெனில் இறைவனைத்தவிர வேரொருவரிடமிருந்தும் எந்த அதிகாரமும் வருவதில்லை; உண்டாகியிருக்கின்ற அதிகாரங்கள் இறைவனாலேயே ஏற்பட்டிருக்கின்றன. ஆகையால் அதிகாரத்தை எதிர்த்து நிற்கிறவன், இறைவனின் ஏற்பாட்டிற்கே எதிர்த்து நிற்கிறான். அவ்விதம் எதிர்த்து நிற்கிறவர்கள் தங்களுக்கு தாங்களே ஆக்கினையை வருவித்துக்கொள்வார்கள். ஏனெனில், ஆளுகை செய்கிறவர்கள், நற்செய்கைகளுக்கல்ல, துர்ச்செய்கை செய்கிறவர்களுக்கே பயங்கரமானவர்கள் (அச்சமூட்டுகிறவர்கள்). அதிகாரத்தில் இருக்கிறவர்களுக்கு நீங்கள் பயப்படாமல் இருக்க விரும்புகிறீர்களா? அப்படியானால் சரியானதைச் (நன்மையானவற்றைச்) செய்யுங்கள். அதற்காக அவர்களிடம் உங்களுக்குப் பாராட்டுகிடைக்கும். ஏனெனில் அவர்கள் உங்களுக்கு நன்மை செய்யும்படி, இறைவனுடைய பணியாளர்களாயிருக்கிறார்கள். ஆனால் நீங்கள் தீமை செய்தால், அவர்களுக்குப் பயந்திருக்கவேண்டும். அவர்கள் பட்டயத்தை வீணாகப் பிடித்துக் கொண்டிருக்கவில்லை. அவர்கள் பழிவாங்குகிறவர்கள். தீமை செய்கிறவர்களுக்குத் தண்டனை அளித்து, கோபாக்கினையை வரவழைக்கும் இறைவனுடைய ஊழியர்கள் (பிரதிநிதிகள்).' (ரோமர் 13:1-4)

குடிமக்கள் அதிகாரிகளுக்கு செய்ய வேண்டியவை

'இராயனுடையதை (சீசருடையதை) இராயனுக்கும், கடவுளுடையதை கடவுளுக்கும் கொடுங்கள்' (மத். 22:21)

'ஆதலால், கோபாக்கினையினிமித்தம் (தண்டனையினிமித்தம்) மாத்திரமேயல்ல, மனசாட்சியின் நிமித்தமும் நீங்கள் அதிகாரிகளுக்கு அடங்கி நடப்பதே அவசியம். அதற்காகத்தான் நீங்கள் வரிகளையும் செலுத்துகிறீர்கள்.ஏனெனில் அவர்கள் இந்த வேலைக்கென்றே ஏற்படுத்தப்பட்டுள்ள கடவுளின் பணியாட்கள். நீங்கள் யாவருக்கும் செலுத்த வேண்டியதைச் செலுத்துங்கள். நீங்கள் வரி செலுத்த வேண்டியிருந்தால் வரியைச் செலுத்துங்கள்; தீர்வை (சுங்கவரி) செலுத்த வேண்டுமானால் அதைச் செலுத்துங்கள்;எவனுக்கு பயப்பட வேண்டியதோ அவனுக்கு பயப்படுங்கள்; எவனைக் கனம்பண்ண வேண்டியதோ அவனைக் கனம் பண்ணுங்கள்.' (ரோமர் 13:5-7).

'நான் எல்லாவற்றிற்கும் மேலாக, பிரதானமாய் வற்புறுத்தி சொல்கிற புத்தியென்னவெனில், எல்லா மனுஷருக்காகவும் விண்ணப்பங்களையும்ஜெபங்களையும்வேண்டுதல்களையும் ஸ்தோத்திரங்களையும் செய்யுவேண்டும். நாம் எல்லாப் பக்தியோடும், நல்லொழுக்கத்தோடும் கலகமில்லாமல் அமைதலுள்ள வாழ்க்கைப் பண்ணும்படிக்கு அரசர்களுக்காகவும், அதிகாரத்தில் உள்ள எல்லோருக்காகவும் மன்றாடுங்கள்.' (1 தீமோ 2:1-2).

'துரைத்தனங்களுக்கும் (ஆளுகை செய்கிறவர்களுக்கும்), அதிகாரங்களுக்கும் அவர்கள் அடங்கிக் கீழ்ப்படிந்திருக்கவும் எல்லா நற்கிரியையும் செய்ய ஆயத்தமாயிருக்கவும், ஒருவனையும் தூஷியாமலும், சண்டைசெய்யாமலும், பொறுமையுள்ளவர்களாய் எல்லா மனிதருக்கும் எவ்விஷயத்திலும் சாந்தகுணத்தை காண்பிக்கவும் அவர்களுக்கு நினைப்பூட்டு.' (தீத்து 3:1-2)

'மனிதர்களால் ஏற்படுத்தப்பட்டிருக்கிற அதிகாரம் யாவற்றிற்கும் ஆண்டவர் நிமித்தம் அடங்கியிருங்கள்; மிக மேலான அதிகாரத்திலுள்ள அரசனுக்கானாலும் சரி, தீமை செய்கிறவர்களுக்கு ஆக்கினையும் (தண்டனையும்) நன்மை செய்கிறவர்களுக்கு புகழ்ச்சியும் உண்டாகும்படி அவனால் அனுப்பப்படுகிற அதிகாரிகளுக்கானாலும் சரி, அவர்களுக்குப் அடங்கியிருங்கள். நீங்கள் நன்மை செய்கிறவர்களாய், புத்தியீன மனிதரின் அறியாமையை வாயடைப்பது கடவுளின் சித்தம்.' (1பேது.2:13-15)

கணவர்களுக்கு

'அந்தப்படி கணவர்களே, மனைவியானவள் பலவீன பாண்டமாயிருக்கிறபடியினால் (இயல்புடையவளாயிருக்கிறப டியினால்), உங்கள் ஜெபங்களுக்கு தடைவராதப்படிக்கு, நீங்கள் விவேகத்தோடு அவர்களுடனே வாழ்ந்து, உங்களுடனேகூட அவர்களும் நித்திய ஜீவனாகிய கிருபயைச் சுதந்தரித்துக்கொ ள்ளுகிறவர்களானபடியினால், அவர்களுஞ்செய்யவேண்டிய கனத்தை (மதிப்பை)ச் செய்யுங்கள்(செலுத்துங்கள்).' (1பேதுரு. 3:7)

'கணவர்களே! உங்கள் மனைவிகளில் அன்புகூருங்கள், அவர்கள்மேல் கசந்துக்கொள்ளாதிருங்கள்.' (கொலோ. 3:19)

மனைவிகளுக்கு

'மனைவிகளே! நீங்கள் கர்த்தருக்குக்கீழ்படிகிறதுபோல, பணிந்து நடப்பதுபோல, உங்கள் சொந்தப் புருஷருக்குக் (கணவருக்குக்) கீழ்படியுங்கள்.' (எபே. 5:22)

'அந்தப்படி மனைவிகளே, உங்கள் சொந்தப் புருஷர்களுக்கு (கணவர்களுக்குக்) கீழ்படிந்திடருங்கள். .... அந்தப்படியே சாராள் ஆபிரகாமை ஆண்டவன் என்று சொல்லி, அவனுக்கு சொல்லி,

அவனுக்குக் கீழ்ப்படிந்திருந்தாள்; நீங்கள் நன்மை செய்து ஒரு ஆபத்துக்கும் பயப்படாதிருந்தீர்களானால் அவளுக்குப் பிள்ளைகளாயிருப்பீர்கள்' (1 பேது. 3:1,6)

பெற்றோருக்கு

'பிதாக்களே (தந்தையரே), உங்கள் பிள்ளைகளைக் கோபப்படுத்தாமல், ஆண்டவருக்கேற்ற சிட்சையிலும் (பயிற்சியிலும்) புத்திசொல்வதிலும் அவர்களை வளர்த்துவாருங்கள்.' (எபே. 6:4)

பிள்ளைகளுக்கு

'பிள்ளைகளே! உங்கள் பெற்றோருக்கு ஆண்டவருக்குள் கீழ்ப்படியுங்கள், இது நியாயம். "நீ நன்றாயிருப்பதற்கும், பூமியில் நீ நெடுநாள் இருப்பதற்கும், உன் தகப்பனையும் தாயையும் கனம்பண்ணவேண்டுமென்பதே வாக்குத்தத்தத்தோடுக்கூடிய முதல் கற்பனை(கட்டளை)." (எபே 6:1-3)

ஆண், பெண் ஊழியர்கள், பணியமர்த்தப்பட்ட ஆண்கள், தொழிலாளர்களுக்கு

'வேலைக்காரரே, நீங்கள் கிறிஸ்துவுக்குக் கீழ்ப்படிகிறதுபோல, சரீரத்தின்படி உங்கள் எஜமான்களாயிருக்கிறவர்களுக்கும் (மேலதிகாரிகளுக்கும்) பயத்தோடும் நடுக்கத்தோடும் கபடற்ற மனதோடும் கீழ்ப்படிந்து; மனுஷருக்குப் பிரியமாயிருக்க விரும்புகிறவர்களாகப் பார்வைக்கு ஊழியம் செய்யாமல், கிறிஸ்துவின் ஊழியக்காரராக, கடவுளின் சித்தத்தின்படி மனப்பூர்வமாய் செய்யுங்கள். ' (எபே. 6:5-8). அந்தப்படியே கொலோ.3:22-24ஐ பார்க்கவும்

எசமான்கள், எசமாட்டிகள் (உயரதிகாரிகள்)

'எசமான்களே, நீங்களும் வேலைக்காரருக்கு அப்படியே செய்யுங்கள்; அவர்களுக்கும் உங்களுக்கும் எசமானானவர் பரலோகத்தில் இருக்கிறாரென்றும், அவரிடம் பட்சாபாதமில்லையென்றும் அறிந்து, பயமுறுத்துவதை விட்டுவிடுங்கள்.' (எபே. 6:9)

'எசமான்களே, உங்களுக்கும் பரலோகத்தில் எசமானானவர் இருக்கிறாரென்று அறிந்து, உங்கள் வேலைக்காரருக்கு நியாயமும் நேர்மையுமானதைச் செய்யுங்கள்.' (கொலோ. 4:1)

வாலிபர்களுக்கு

'அந்தப்படி, இளைஞரே (வாலிபரே)! முதியோருக்கு அடங்கியிருங்கள்; நீங்களெல்லாரும் ஒருவருக்கொருவர் ஊழியம் செய்வதற்கு மனத்தாழ்மையை அணிந்துகொள்ளுங்கள்; இறுமாப்புள்ளவர்களுக்கு கடவுள் எதிர்த்து நிற்கிறார், தாழ்மையுள்ளவர்களுக்கோ கிருபை அளிக்கிறார். ஆகையால், ஏற்றகாலத்தில் கடவுள் உங்களை உயர்த்தும்படிக்கு அவருடைய வல்லமையின்கீழ் உங்களைத் தாழ்த்துங்கள்.' (1 பேதுரு 5:5-6)

விதவைகளுக்கு

'உள்ளபடி விதவையாய்த் தனித்திருப்பவள் கடவுளில் நன்னம்பிக்கையுள்ளவளாய் இரவும் பகலும் வேண்டுதல்களிலும் ஜெபங்களிலும் நிலைத்திருப்பாள். சுகபோகமாய் வாழ்கிறவள் உயிரோடே செத்தவள்.' (1 தீமோ. 5:5-6)

அனைவருக்கும் பொதுவானது

'ஒருவரிடத்திலொருவர் அன்புகூறுகிற கடனேயல்லாமல் மற்றொன்றிலும் ஒருவனுக்கும் கடன்படாதிருங்கள்; பிறனிடத்தில் அன்புகூறுகிறவன் நியாயப்பிரமாணத்தை நிறைவேற்றிவிட்டான். எப்படியென்றால், விபச்சாரஞ் செய்யவேண்டாம், கொலைசெய்ய வேண்டாம், இச்சிக்கவேண்டாம் என்கிற இந்த இந்தக் கற்பனைகளும் வேறே எந்தக் கற்பனையும், உன்னிடத்தில் நீ அன்புகூறுவதுபோல அயலனிடத்திலும் அன்புகூரவேண்டும் என்கிற ஒரே வார்த்தையில் தொகையாய் (மொத்தமாய் அடங்கியிருக்கின்றன.' (ரோமர் 13:8ஆ)

'எல்லாவற்றிற்கும் பிரதானமாக (மேலாக நான் கேட்டுக்கொள்ளுகிறதாவது: எல்லா மனிதருக்காகவும் விண்ணப்பங்களும் ஜெபங்களும் வேண்டுதல்களும் ஸ்தோத்திரங்களும் செய்யப்படவேண்டும்.' (1 தீமோ. 2:1)

❧

ஒவ்வொருவரும் தன் பாடத்தை கவனமாய்
கற்றுணர்ந்து, முழுக்குடும்பமாய் சிறந்து தேர்ந்திட
வேண்டும்.